કેન ઉપનિષદ

આ ઉપનિષદમાં
ચાર ખંડ આવેલા છે.

ખંડ-૧ - સત્તા કોની ? સત્તા પરમાત્માની છે.

ખંડ-૨ - બ્રહ્મની ઓળખ - બ્રહ્મજ્ઞાન વડે.

ખંડ-૩ - દેવો શક્તિ પરમાત્મામાંથી જ મેળવે છે.

ખંડ-૪ - મન દ્વારા બ્રહ્મની ઉપાસના.

Ken Upnishad

કેન ઉપનિષદ

© સંપૂર્ણ જીવન ટ્રસ્ટ

લેખક : મુદ્રક : પ્રકાશક
સંપૂર્ણ જીવન ટ્રસ્ટ
૩૬, અજિતનાથ સોસાયટી,
પાણીની ટાંકી પાસે, કારેલીબાગ,
વડોદરા – ૩૯૦ ૦૧૮.
ફોન : ૦૨૬૫–૨૪૬૪૮૫૯
Email : sampurnajeevantrust@gmail.com

પ્રત : ૧૦૦૦, મે, ૨૦૧૭

ટાઇપ સેટિંગ :
આઈ–ટ્રેડ ગ્રાફિક્સ, વડોદરા.
મો. : ૯૭૨૭૦ ૯૯૩૨૨

મુદ્રક :
વિમલ ગ્રાફિક્સ, નડિયાદ
મો. : ૯૮૯૮૧ ૧૪૯૬૯

સૌજન્ય :
સ્વ. સુનીલભાઈ માધવલાલ દેસાઈ

કેન ઉપનિષદ ખૂબજ નાનું હોવા છતાં ઘણું અગત્યનું છે. તેમાં એક જ મુખ્ય વિષય છે કે આ વિશ્વમાં સત્તા કોની છે?

પરમાત્માની જ છે. તે દૃષ્ટાંત સહિત સમજાવવાનો પ્રયાસ છે.

અધ્યાત્મ શાસ્ત્રોનું પ્રયોજન વ્યક્તિની શ્રદ્ધા નાશવંત પદાર્થો પરથી દૂર કરીને કાયમી તત્ત્વ (પરમાત્મા) પર સ્થિર કરવાની છે. તે કાર્ય ખૂબ સુંદર રીતે આપણા શરીરમાં (વ્યષ્ટિમાં) ઇન્દ્રિયો ઉપર પ્રાણ દ્વારા આત્માની સત્તા તથા સમષ્ટિમાં પંચમહાભૂત ઉપર પરમાત્માની સત્તા રહે, જે યક્ષના દૃષ્ટાંત વડે સમજાવી છે. આપણો આત્મા અને પરમાત્મા એક જ છે. તે પણ સ્પષ્ટ કરવામાં આવ્યું છે.

સંપૂર્ણ જીવન ટ્રસ્ટનો ઉદ્દેશ ઉપનિષદોનો સરળ ભાષામાં ભાવાનુવાદ કરીને વાંચનાર જિજ્ઞાસુ મિત્રોની શ્રદ્ધાને પરમાત્મા પર સ્થિર કરવાનો છે, જેથી તે પોતાનો વિકાસ કરવાની સાથે સમાજનું ઉપયોગી અંગ બને.

— **સંપૂર્ણ જીવન ટ્રસ્ટ**

:: ઉપનિષદોનો મર્મ ::

આપણા ઋષિઓ, જ્ઞાની, યોગી ઉપરાંત વૈજ્ઞાનિક પણ હતા. તેમણે જે સત્યનો સાક્ષાત્કાર કર્યો અને વ્યાવહારિક જીવનમાં અનુભવ મેળવ્યો, તેનું સંકલન કરીને જે શબ્દદેહ આપ્યો તે ઉપનિષદ.

ઉપનિષદ એ આધ્યાત્મિક જીવનવિદ્યા છે, જે આપણી ભવ્ય સંસ્કૃતિનું સર્વોત્તમ મૂળ છે. વેદના એ અંતિમ ભાગને વેદાંત કહે છે, તે વેદોમાંથી જ તારવવામાં આવેલાં છે. અલગ અલગ ઋષિઓ દ્વારા અલગ અલગ ઉપનિષદોમાં એક એક વિષયને વિગતવાર સમજાવવામાં આવેલ છે. કુલ ૧૦૮ ઉપનિષદો રચાયાં છે. તેમાં ૧૧ ઉપનિષદો મુખ્ય છે – ઈશ, કેન, કઠ, પ્રશ્ન, મુંડક, માંડુક્ય, તૈત્તિરીય, ઐતરેય, બૃહદારણ્યક, છાંદોગ્ય અને શ્વેતાશ્વતર.

ઉપનિષદોમાં અગત્યના વિષયો જેવા કે જીવાત્મા, વિદ્યા– અવિદ્યા, પરાવિદ્યા–અપરાવિદ્યા, દ્વૈત–અદ્વૈત, સંભૂતિ–અસંભૂતિ; દેવ અને દાનવનાં લક્ષણો, વર્ણવ્યવસ્થા અને આશ્રમ વ્યવસ્થા, આત્મા, આત્મજ્ઞાન, બ્રહ્મ, બ્રહ્મજ્ઞાન, પરમાત્માનું સ્વરૂપ, પ્રકૃતિ, ત્રણ ગુણ (સત્ત્વ, રજસ,તમસ), પંચમહાભૂત (આકાશ, વાયુ, તેજ, જલ અને પૃથ્વી) અને આત્મા પર આવેલાં વિવિધ આવરણોના કોષો રૂપે વર્ણન, કર્મ, શાંતિ, સત્ય, આનંદ, ઉપાસના તેમજ ભક્તિની સાચી સમજ આપેલી છે.

ઉપનિષદોમાં પરમાત્માના સ્વરૂપ અને કર્તવ્યનું સુંદર વર્ણન કરવામાં આવ્યું છે. પરમાત્મા શ્રેષ્ઠ, સત્ય, ચૈતન્ય સ્વરૂપ છે. તેમની જ

સત્તા છે. પરમાત્માએ તેમના એક અંશમાંથી આ સૃષ્ટિનું સર્જન કર્યું છે અને તેનું સંચાલન પણ તેઓ જ કરે છે. તેમણે જ મનુષ્યનું સર્જન કર્યું છે અને તેમાં ચૈતન્યશક્તિરૂપે આત્માનું નિરૂપણ કર્યું છે. એ આત્મા પરમાત્માનો જ અંશ છે. આ આત્મા અને પરમાત્માના સંબંધનું વર્ણન વિગતવાર કરેલું છે. ઉપનિષદ અજ્ઞાનને દૂર કરે છે અને સાચું જ્ઞાન આપે છે. ઉપનિષદનું જ્ઞાન બ્રહ્મપ્રાપ્તિ માટે અને દૈનિક જીવન માટે બહુજ ઉપયોગી છે.

કર્મનો સિદ્ધાંત સમજાવીને માણસને નિષ્કામ કર્મ દ્વારા અંતઃકરણ શુદ્ધ કરવાની પદ્ધતિ બતાવી છે તથા ઉપાસનાની વિવિધ પદ્ધતિઓ સમજાવીને કેવી રીતે મૃત્યુ પહેલાં માયા અને વાસનાઓનો ક્ષય કરીને સંપૂર્ણ વૈરાગ્યની સ્થિતિએ પહોંચી શકાય તેનું વર્ણન છે. આમ અવિદ્યાનો પડદો હટવાને કારણે પરમાત્માનું દર્શન સ્પષ્ટ થતું જાય છે.

ઉપનિષદ સમજાવે છે કે દરેક વસ્તુ પરમાત્માની માલિકીની છે, જેથી તેના માલિક નહીં પણ ટ્રસ્ટી બની, ત્યાગીને ભોગવવાનું શીખવે છે. માણસે ભોગોના કે સમૃદ્ધિના ગુલામ નથી થવાનું. પરંતુ પોતાનું જીવન સાદગીભર્યું અને ત્યાગ પૂર્ણ હોવું જોઈએ.

આપણે જોઈ રહ્યા છીએ કે છેલ્લા બે શતકમાં ભૌતિક જીવન માટે જરૂરી શિક્ષણનું સુંદર માળખું ગોઠવાયેલું છે. પરંતુ સમાજમાં પ્રવર્તી રહેલ આધ્યાત્મિક નિરક્ષરતાને કારણે સંકુચિતતા, અંધશ્રદ્ધા, નૈતિક મૂલ્યોનું અધઃપતન, પાપાચાર, ભ્રષ્ટાચાર, દંભ, સંપત્તિનું પ્રદર્શન, વ્યક્તિપૂજા જેવાં દૂષણો ઝડપથી વધી રહ્યાં છે ત્યારે ઉપનિષદના આધ્યાત્મિક

જ્ઞાનનું મહત્ત્વ ખૂબજ વધી જાય છે.

આધ્યાત્મિક જ્ઞાન અને ભૌતિકજ્ઞાનમાંથી કોઈ એક જ જ્ઞાન પૂરતું નથી, પરંતુ આ બંને જ્ઞાનનો સમન્વય જરૂરી છે. પૂર્વે આ બંને વિધ્યાઓ ગુરુકુળમાં એક જ ગુરુ દ્વારા સમાન રીતે આપવામાં આવતી હતી. જેથી તેનું પરિણામ ઉત્તમ જોવા મળતું હતું. એ વ્યવસ્થા પડી ભાગતાં હાલમાં પરિસ્થિતિ અસંતુલિત થઈ ગઈ છે. તેથી મોટા ભાગના લોકો અજ્ઞાનતાને કારણે ભગવાનને ભજવાને બદલે વ્યક્તિપૂજા તરફ વળી ગયા છે અને અંધશ્રદ્ધામાં જીવે છે. ઉપનિષદનું સત્ય જ્ઞાન લુપ્ત થઈ રહ્યું છે.

ઉપનિષદનું જ્ઞાન વ્યક્તિમાં પરિવર્તન લાવે છે અને તેનો આધ્યાત્મિક વિકાસ થવાના કારણે તેનામાં નમ્રતા, માનવતા, નિર્ભયતા, ઉત્સાહ, સદ્‌ભાવના, સ્થિરતા અને હકારાત્મકતાનો સંચાર થાય છે, જેને કારણે તે પોતાનો વ્યક્તિગત વિકાસ કરીને કૌટુંબિક, સામાજિક, રાષ્ટ્રીય અને વૈશ્વિક બાબતોમાં પોતાનો સક્રિય ફાળો આપવા માટે સક્ષમ બની શકે છે.

આ ઉપનિષદનું જ્ઞાન જ્ઞાની પુરુષો દ્વારા અન્યને આમને-સામને બેસીને આપવામાં આવેલું જ્ઞાન છે, જે જ્ઞાન વિગતવાર મેળવવું હોય તો ઉપનિષદોનો અભ્યાસ કરવો જરૂરી છે.

*****

આ ઉપનિષદના મુખ્ય વિષયોની સરળ સમજ

કેન ઉપનિષદમાં મુખ્ય ત્રણ વિષયોનું વિવરણ કરવામાં આવ્યું છે:

૧. આ સૃષ્ટિમાં અંતિમ સત્તા કોની છે?

૨. પરમાત્માનું સ્વરૂપ કેવું છે અને તેમને કઈ રીતે જાણી શકાય?

૩. પરમાત્માનો સાક્ષાત્કાર કેવી રીતે કરી શકાય?

આપણે આ ત્રણેય પ્રશ્નોને ધીરે ધીરે, સરળ અને વ્યવહારુ ભાષામાં સમજવાનો પ્રયત્ન કરીએ.

૧. આ સૃષ્ટિમાં અંતિમ સત્તા કોની છે?

વ્યવહારમાં આપણે જોઈએ છીએ કે આપણે જ્યારે કોઈ પાસે કોઈ કામ માટે જઈએ છીએ અને તે વ્યક્તિ આપણું કામ કરી આપે છે ત્યારે આપણને એમ લાગે છે કે સત્તા તેની પાસે છે. પરંતુ હકીકતમાં તેની પાસે એ સત્તા તેના ઉપરી અધિકારી પાસેથી આવતી હોય છે. એ અધિકારી ઉપર પણ મંત્રી હોય છે, જેની પાસે બધી સત્તા હોય એવું લાગે છે. એ મંત્રીને ચૂંટી લાવનાર જનતા છે. આ જનતાને નિર્ણય લેવાની બુદ્ધિ તેના આત્મામાંથી આવે છે. આ આત્મા પરમાત્માનો અંશ છે. આમ જોતાં અંતિમ સત્તા પરમાત્માની જ છે તેનો ખ્યાલ આવે છે.

સામાન્ય માણસના જીવનમાં જોઈએ તો તેમને સત્તા પોતાના ધન, પદ, સંસાધન, બળ, મન, બુદ્ધિ કે ઇન્દ્રિયોમાં દેખાય છે. પરંતુ અનુભવે સમજાય છે કે આ બધા ઉપર પ્રાણ અને આત્માની એટલે કે પરમાત્માની

જ સત્તા ચાલે છે. તે પરથી એટલું સમજાય છે કે મનુષ્યે શ્રદ્ધા અને વિશ્વાસ શાશ્વત એવા પરમાત્મા ઉપર જ રાખવાં જોઈએ, જગતની નાશવંત ચીજો પર નહીં.

૨. પરમાત્માનું સ્વરૂપ કેવું છે અને તેમને કઈ રીતે જાણી શકાય?

પરબ્રહ્મ પરમાત્મા નિરંજન, નિરાકાર, સર્વ વ્યાપક, સર્વજ્ઞ, સર્વ શક્તિમાન, સર્વ સમર્થ, અજન્મા, શાશ્વત, સૂક્ષ્માતિસૂક્ષ્મ, સધર્મક અને વિરાટથીયે વિરાટ છે. પરમાત્મા અશરીરી હોવાથી ઇન્દ્રિયો વગરના હોવા છતાં તેઓ એ બધું જ કરી શકે છે, જે મનુષ્ય કરી શકે છે. પરમાત્મા સત્, ચિત્ત અને આનંદ એટલે સચ્ચિદાનંદ છે.

આ પરમાત્માનું વર્ણન અનેક સ્વરૂપે કરવામાં આવ્યા પછી પણ વેદોમાં જ્ઞાની પુરુષોએ તેને 'નેતિ–નેતિ' (આનાથી પણ વધુ) કહ્યા છે. પરમાત્માના સંપૂર્ણ સ્વરૂપને કોઈ વર્ણવી શક્યું નથી. આપણી ઇન્દ્રિયો ગમે તેટલી શક્તિશાળી હોવા છતાં તે પરમાત્માના અતિ સૂક્ષ્મ અને વિરાટ સ્વરૂપને જોઈ શકતી નથી. તેથી ઇન્દ્રિયો અને કલ્પના દ્વારા કરવામાં આવેલું પરમાત્માના સ્વરૂપનું વર્ણન કેવી રીતે સત્ય હોઈ શકે? પરમાત્માના સ્વરૂપને માત્ર સંકેતો અથવા અનુભૂતિ દ્વારા જ જાણી શકાય છે. પરમાત્માને આપણે ત્રણ સ્વરૂપે સર્વત્ર જોઈ શકીએ છીએ:

(૧) આધિભૌતિક સ્વરૂપ, (૨) આધિ આત્મિક સ્વરૂપ અને (૩) આધિદૈવિક સ્વરૂપ.

પરમાત્માએ આ સમગ્ર બ્રહ્માંડની રચના પોતાના એક અંશમાંથી જ કરી છે. પરમાત્માએ પોતાની પ્રકૃતિ પંચ મહાભૂતો વડે આ દેખાતા ભૌતિક જગતની રચના કરી. તેમાં સત્ છે પરંતુ આનંદ અને ચૈતન્ય તિરોહિત છે, જે જડ પ્રકૃતિ ધરાવે છે. તેને પરમાત્માનું આધિભૌતિક સ્વરૂપ કહેવામાં આવે છે.

પરમાત્માએ પોતાની પ્રકૃતિ દ્વારા સ્થૂળ પંચ મહાભૂતોની રચના સાથે સૂક્ષ્મ અંતઃકરણની રચના કરી, તેમાં આત્મારૂપી ચૈતન્ય મૂકીને જીવ સૃષ્ટિની રચના કરી. તેમાં સત્ અને ચિત્ત બન્ને છે, પરંતુ આનંદ તિરોહિત છે. આ પરમાત્માનું આધિ આત્મિક સ્વરૂપ છે.

આધિ દૈવિક સ્વરૂપ એ પરમાત્મા સ્વયં છે. તે સત્, ચિત્ત અને આનંદ સ્વરૂપ તથા સર્વ સંપન્ન છે.

આ સમગ્ર સૃષ્ટિનું સર્જન કરીને પરમાત્મા તેની અંદર પણ છે અને છતાં તેનાથી અલિપ્ત પણ છે. સમગ્ર સૃષ્ટિ પર તેમનું નિયંત્રણ છે. સમસ્ત બ્રહ્માંડ તેમની ઇચ્છા પ્રમાણે, યોજનાબદ્ધ રીતે સ્વચાલિત છે.

૩. પરમાત્માનો સાક્ષાત્કાર કેવી રીતે કરી શકાય?

મનુષ્યે પોતાના મનને કેન્દ્રિત અને વિચારોને એકાગ્ર કરવા માટે પરમબ્રહ્મના અનેક સ્વરૂપોની કલ્પના કરી. ઘાટ ઘાટની મૂર્તિઓ ઘડી, તેમાં શ્રદ્ધા અને વિશ્વાસ મૂકી, તેના ગુણગાન કરવા કવિતાઓ, ભજનો, સ્તોત્રો લખ્યાં, કીર્તનો કર્યાં. તેમના પ્રસાર માટે મંદિરો, દેવાલયો ચણ્યાં.

તેમ છતાં આ વિરાટ બ્રહ્માંડના રચયિતા નાયક તેમાં કેદ ન કરી શકાયા.

સામાન્ય મનુષ્યની પ્રારંભિક સાધના માટે એ બધું જરૂરી છે. ધર્મ એટલે કર્તવ્ય, ફરજ, નિષ્ઠા. વ્યક્તિ સમાજ પ્રત્યે ધાર્મિક રહીને સન્માર્ગે ચાલે અને સંપીને સુખ–શાંતિથી રહે એ માટે ઋષિઓએ કરેલી આ વ્યવસ્થા પણ ઉપયોગી છે. તેમ છતાં એ બધું મળીને પણ આત્મ– સાક્ષાત્કાર માટે પૂરતું નથી. પરમાત્માનો પરિચય તો તેમના ગુણોની ભક્તિ, ઉપાસના, ધ્યાન–સાધના જેવા પુરુષાર્થ વડે, ફક્ત અનુભૂતિ દ્વારા જ થાય છે. આ માટે અષ્ટાંગ યોગ જાણવો જરૂરી છે. જ્યારે સાધક વાસના રહિત, આસક્તિ રહિત બનીને નિષ્કામ કર્મોમાં રત રહે છે, તેવો ભક્ત પરમાત્માનો આત્મ–સાક્ષાત્કાર કરી શકે છે. પરમાત્માને જાણવાની શક્તિ પણ આપણને પરમાત્મામાંથી જ મળે છે.

આત્મ–સાક્ષાત્કાર માટે જ્ઞાની તથા અનુભવી ઋષિઓએ કેટલાક માર્ગોનો નિર્દેશ કર્યો છે. જ્ઞાન, કર્મ અને ભક્તિ જેવા વિવિધ માર્ગોનું વિવરણ અન્યત્ર ઉપલબ્ધ છે.

સમન્વય :

જ્ઞાન, કર્મ અને ભક્તિ ત્રણેય આત્મ–સાક્ષાત્કાર માટેના શ્રેષ્ઠ સાધના–પથ છે. સાધક પોતાની પ્રકૃતિ અને રુચિ અનુસાર કોઈ માર્ગે અધ્યાત્મ યાત્રા શરૂ કરી શકે છે. શરૂઆતમાં આ માર્ગો ભિન્ન ભાસે છે, પરંતુ આ ત્રણેય માર્ગોના સાધકો ઉચ્ચ કક્ષાએ પહોંચીને છેવટે જ્ઞાની, કર્મયોગી અને ભક્ત એક જ થઈ જાય છે.

વ્યષ્ટિ અને સમષ્ટિ મળીને સૃષ્ટિ બને છે અને સમગ્ર સૃષ્ટિ ઉપર એક માત્ર પરમાત્માની જ સત્તા છે. સમસ્ત બ્રહ્માંડનું સર્જન, વિસ્તાર, પાલન અને વિલય પરમાત્માની સુનિશ્ચિત યોજના પ્રમાણે થાય છે. તેની ઈચ્છા વિરુદ્ધ કંઈ પણ થઈ શકતું નથી. તેની આ યોજના અને ઈચ્છાને સમજવી એ જ આપણી સાધના છે.

એમ તો તામસિક પ્રકૃતિના લોકોને ભૂત–પ્રેતો પર પણ શ્રદ્ધા હોય છે અને તેમનાં કામ પણ થાય છે. રાજસિક પ્રકૃતિના લોકોને શ્રેષ્ઠ સજ્જનો, સંતો, ભક્તો પર શ્રદ્ધા હોય છે અને તેમાં તેઓ મગ્ન રહે છે. સાત્ત્વિક પ્રકૃતિના લોકો પરબ્રહ્મ પરમાત્મા ઉપર જ પરમ શ્રદ્ધા રાખે છે. તેથી જ ભગવાને ગીતામાં સ્પષ્ટ કહ્યું છે કે તમે ફાવે તે દેવ–દેવીનાં કે મનુષ્યોનાં સ્વરૂપો અથવા તત્ત્વોની આરાધના કરો. એમના દ્વારા તમારાં જે કામ થાય છે તે પણ મારા થકી જ, એટલે બ્રહ્મની શક્તિથી થાય છે. તે બધાં શક્તિ પરમાત્મામાંથી જ મેળવે છે, તો પછી આપણે ડાળ–પાંદડાં છોડીને થડને જ કેમ ન પકડીએ?

હા, એ સૂક્ષ્માતિસૂક્ષ્મ પરબ્રહ્મને આપણે નજરો નજર પણ નિહાળી શકીએ છીએ. આપણે તેમને સતત જોઈ રહ્યા છીએ તેનો આપણને ખ્યાલ પણ નથી હોતો. એ જ પરબ્રહ્મે પોતાની લીલાના વિસ્તાર રૂપે પોતાના એક અંશમાંથી આ સમગ્ર દશ્ય જગતની રચના કરી છે એટલે તે તેના કણ કણમાં વિલસે છે. એ દૃષ્ટિએ આ જગત તેનું સાકાર સ્વરૂપ

(અક્ષર બ્રહ્મ) છે. પ્રત્યેક જીવાત્માના અંતર્યામી સ્વરૂપે એ જ બ્રહ્મ તત્ત્વનો આવિર્ભાવ થયો છે. એ ન્યાયે બધા જ આત્માધારી જીવોને આપણે ભગવાન માનીએ તો તમામ દ્વેષ-ઈર્ષ્યા, કલેશ-કંકાસ, યુદ્ધો અને અશાન્તિને સ્થાન રહે જ નહીં.

આ રીતે કેન ઉપનિષદ સાચી સમજણ દ્વારા આપણને દિવ્ય દૃષ્ટિ આપવાનો પ્રયત્ન કરે છે.

*****

શાંતિપાઠઃ

ૐ આપ્યાયન્તુ મમાગ્ડાનિ વાક્પ્રાણશ્ચક્ષુઃ શ્રોતમથો બલમિન્દ્રિયાણિ
ચ સર્વાણિ સર્વ બ્રહ્મૌપનિષદં માહં બ્રહ્મ નિરાકુર્યાં મા મા બ્રહ્મ
નિરાકરોદનિરાકરણમસ્ત્વનિરાકરણં મેઽસ્તુ તદાત્મનિ નિરતે ય
ઉપનિષત્સુ ધર્માસ્તે મયિ સન્તુ તે મયિ સન્તુ ।।
ૐ શાન્તિઃ ! શાન્તિઃ !! શાન્તિઃ !!!

ભાવાર્થ : હે પરમાત્મા ! મારાં બધાં અંગો, વાણી, નેત્ર, કાન
વગેરે બધી કર્મેન્દ્રિયો, પ્રાણસમૂહ શારીરિક અને માનસિક શક્તિ તથા
ઓજ–બધાં પુષ્ટિ અને વૃદ્ધિ પામે. ઉપનિષદોમાં સર્વરૂપ બ્રહ્મનું જે સ્વરૂપ
વર્ણવાયેલું છે, તેનો હું ક્યારેય અસ્વીકાર ન કરું ને તે બ્રહ્મ પણ મારો
ક્યારેય પરિત્યાગ ન કરે, અર્થાત્ મને તે બ્રહ્મ ક્યારેય ન છોડે; મને હંમેશાં
પોતાનો કરી રાખે. મારી સાથે બ્રહ્મનો અને બ્રહ્મ સાથે મારો નિત્યસંબંધ
સ્થિર રહે. ઉપનિષદોમાં જે ધર્મોનું પ્રતિપાદન કરવામાં આવ્યું છે તે બધા
ધર્મો, ઉપનિષદોનું એકમાત્ર લક્ષ્ય પરબ્રહ્મ પરમાત્માભામાં નિરંતર લાગેલા
એવા મારામાં (સાધકમાં) સદા પ્રકાશિત રહે – મારામાં નિત્ય નિરંતર રહ્યા
કરે ને મારા ત્રિવિધ તાપોની નિવૃત્તિ થાય.

*****

● ખંડ-૧

આચાર્ય પરંપરા

ૐ કેનેષિતં પતતિ પ્રેષિતં મનઃ કેન પ્રાણઃ પ્રથમઃ પ્રૈતિ યુક્તઃ।

કેનેષિતાં વાચમિમાં વદન્તિ ચક્ષુઃ શ્રોત્રં કઉ દેવો યુનક્તિ ।।૧।।

શબ્દાર્થ : કેન - કોનાથી, ઇષિતમ્ - સત્તા પામીને, પ્રેષિતમ્ - પ્રેરિત થઈને, મનઃ - મન, પતતિ - પોતાના વિષયોમાં લાગે છે, કેન - કોના વડે, યુક્ત - નિયુક્ત થઈને, પ્રથમઃ - બીજાં બધાંથી શ્રેષ્ઠ, પ્રાણઃ - પ્રાણ, પ્રૈતિ - ચાલે છે, ઇષિતામ્ - ક્રિયાશીલ કરાયેલી, ઇમામ્ - આ, વાચમ્ - વાણીને, વદન્તિ - માણસો બોલે છે, કઃ - કોણ, ઉ - પ્રસિદ્ધ, દેવઃ - દેવ, ચક્ષુઃ - નેત્રેન્દ્રિયને, શ્રોતમ્ - કર્ણોન્દ્રિયને, યુનક્તિ - નિયુક્ત કરે છે.

ભાવાર્થ :

આ મંત્રમાં ચાર પ્રશ્ન છે:

કોની સત્તાથી પ્રેરિત થઈને

મન કાર્ય કરે છે,

પ્રાણ ચાલે છે,

વાણી બોલે છે અને

કાન સાંભળે છે?

વિવેચન : સામાન્ય રીતે આપણે કોઈના ઘરે જઈએ તો આપણો પહેલો પ્રશ્ન એ હોય છે કે તે ઘરમાં મુખ્ય માણસ કોણ? તેનો અભ્યાસ કેટલો? તે શું વ્યવસાય કરે છે? વગેરે, ટૂંકમાં આપણે એ ઘરમાં અથવા કોઈ

વ્યવસાય ગૃહ હોય કે રાજ્ય સરકાર હોય; દરેક જગ્યાએ સત્તા કોની પાસે છે અને તે વ્યક્તિ કેવી છે? શું કરે છે? કેવી રીતે નિર્ણયો લે છે? વગેરે જાણવાનો પ્રયાસ કરીએ છીએ. તેવી જ રીતે આપણા શરીરમાં પણ સત્તા કોની ચાલે છે તે પ્રશ્ન પૂછવામાં આવે છે.

શ્રોત્રસ્ય શ્રોત્રં મનસો મનો યદ્વાચો હ વાચં સ ઉ પ્રાણસ્ય પ્રાણઃ।

ચક્ષુષશ્ચક્ષુરતિમુચ્ય ધીરાઃ પ્રેત્યાસ્માલ્લોકાદમૃતા ભવન્તિ।।૨।।

શબ્દાર્થ : યત્ - જે, મનસઃ - **મનનું**, મનઃ - **મન**, પ્રાણસ્ય - **પ્રાણનું**, પ્રાણઃ - **પ્રાણ છે**, વાચઃ - **વાણીનું**, વાચમ્ - **વાક્ છે**, શ્રોત્રસ્ય - **શ્રોત્રેન્દ્રિયનું**, શ્રોત્રમ્ - **શ્રોત્ર છે**, ઉ - **અને**, ચક્ષુષઃ - **ચક્ષુરિન્દ્રિયનું**, ચક્ષુઃ - **ચક્ષુ છે**, સઃ - **તે**, હ - **જ**, ધીરાઃ - **જ્ઞાનીઓ**, અતિમુચ્ય - **જીવન્મુક્ત થઈ જાય છે**, અસ્માત્ લોકાત્ - **આ લોકથી**, પ્રેત્ય - **ગયા પછી**, અમૃતા - **અમર**, ભવન્તિ - **થાય છે**.

ભાવાર્થ :

મનનું કારણ મન છે,

પ્રાણનો પ્રાણ,

વાણીની વાણી,

શ્રોત્રનું શ્રોત્ર,

ચક્ષુનું ચક્ષુ

પરમાત્મા છે.

એ પરમાત્માને જાણીને જ્ઞાનીઓ જીવન મુક્ત થઈને આ લોકથી ગયા પછી (મૃત્યુ પછી) અમર થઈ જાય છે.

વિવેચન : બ્રહ્મચેતના સમગ્ર બ્રહ્માંડમાં વ્યાપ્ત છે, તે તેજોમય અને સર્વ શક્તિમાન છે. તેના પ્રકાશથી તમામ વસ્તુઓ પ્રકાશિત છે. તેમાંથી જ બધા દેવો શક્તિ મેળવે છે. તેમજ મન, પ્રાણ, વાણી, ચક્ષુ, કાન વગેરે ઈન્દ્રિયો પણ તેમનામાંથી જ શક્તિ મેળવે છે. માટે બ્રહ્મ એ જ શક્તિનો દાતા છે, તે જ પરમશક્તિ છે. વાણી વડે જે (બ્રહ્મ) વ્યક્ત ન થઈ શકે, પણ વાણી જેના વડે (બ્રહ્મથી) વ્યક્ત થાય ; મન વડે જેને (બ્રહ્મને) સમજી ન શકાય, પણ મન જેના વડે (બ્રહ્મથી) સમજે; આંખ વડે જેને (બ્રહ્મને) જોઈ ન શકાય, પણ આંખ જેના વડે (બ્રહ્મથી) જોવાની ક્રિયા કરે છે; કાન વડે જેને (બ્રહ્મને) સાંભળી ન શકાય, પણ કાન જેનાથી (બ્રહ્મથી) સાંભળવાની ક્રિયા કરે; તેમજ પ્રાણ વડે જેને (બ્રહ્મને) સંચાલિત ન કરી શકાય પણ પ્રાણ જેનાથી સંચાલિત થાય તેને જ બ્રહ્મ જાણ. ધીર પુરુષો આ જાણીને મુક્તિ મેળવી અમૃત્ત્વને પ્રાપ્ત કરે છે.

ન તત્ર ચક્ષુર્ગચ્છતિ ન વાગ્ગચ્છતિ નો મનઃ।

ન વિદ્યો ન વિજાનીમો યથૈતદનુશિષ્યાત્।।

અન્યદેવ તદ્વિદિતાદથો અવિદિતાદધિ।

ઇતિ શુશ્રુમ પૂર્વેષાં યે નસ્તદ્વ્યાચચક્ષિરે।।૩।।

શબ્દાર્થ : તત્ર - ત્યાં (તે બ્રહ્મ સુધી), ન - ન તો, ચક્ષુઃ - ચક્ષુ (બધી ઈન્દ્રિયો), ગચ્છતિ - પહોંચી શકે છે, ન - નહીં તો, વાક્ - વાક્ ઈન્દ્રિય વગેરે કર્મેન્દ્રિયો, ગચ્છતિ - પહોંચી શકે છે, નમનઃ - મન પણ, યથા - જેવી રીતે, એતત્ - આ (બ્રહ્મના સ્વરૂપને), અનુશિષ્યાત્ - બતાવી શકાય કે તે આવું છે,

ન વિદ્મઃ - આ વાતને ન તો આપણે આપણી બુદ્ધિથી જાણીએ છીએ, (તેમજ) ન વિજાનિમઃ - બીજાઓથી સાંભળીને પણ જાણતા નથી, તત્‌ - તે, વિદિતાત્‌ - જાણેલા (જાણવામાં આવનારા) પદાર્થ સમુદાયથી, અન્યત્‌ એવ - જુદો જ છે, અથો - અને, અવિદિતાત્‌ - (મન ઇન્દ્રિયો વડે) ન જાણેલાથી (પણ), અધિ - ઉપર છે, ઇતિ - આ, પૂર્વેષામ્‌ - પોતાના પૂર્વ આચાર્યોના મુખેથી, શુશ્રુમઃ - સાંભળતા આવ્યા છીએ, યે - જેઓએ, નઃ - અમને, તત્‌ - તે બ્રહ્મનું તત્ત્વ, વ્યાચચક્ષિરે - સ્પષ્ટ કરીને સમજાવ્યું હતું.

ભાવાર્થ : આ પરબ્રહ્મને ઇન્દ્રિયો જાણી શકતી નથી, તે અલૌકિક દિવ્ય તત્ત્વમાં તેમનો પ્રવેશ શક્ય નથી. માટે આપણે કેવી રીતે જાણી શકીએ કે પરમાત્મા કેવા છે ? માટે સંકેતનો જ આશ્રય લેવો પડે. (સંકેત એટલે પરમાત્માનો અણસાર)

વિવેચન : બ્રહ્મનું સ્વરૂપ કેવું છે ? ક્યાં છે ? તે જાણી કે જોઈશકાતું નથી. પરંતુ આત્માથી કંઈ જુદું નથી તેથી આત્મા જ બ્રહ્મ છે.

ઇન્દ્રિયો (મન, વાણી, ચક્ષુ, કર્ણ) ની ક્ષમતા નથી કે તે બ્રહ્મને જાણી કે ઓળખી શકે કારણ કે બ્રહ્મ બહુજ દૂર (સૂક્ષ્મ) છે. જેથી સ્થૂળ ઇન્દ્રિયો ત્યાં સુધી પહોંચી શકે નહીં.

આથી જ્ઞાની પુરુષોનું કહેવું છે કે આપણે બ્રહ્મને બુદ્ધિથી કે બીજા દ્વારા સાંભળીને જાણી નથી શકતા. આપણને તેનું જ્ઞાન પણ નથી, તેને કેવી રીતે સમજાવીએ તે પણ નથી જાણતા. બ્રહ્મ દ્રશ્ય (પદાર્થો) કે અદ્રશ્યથી પર કે ભિન્ન છે, પણ તે અજાણ નથી કારણ કે તેની હાજરી

માત્રથી તેના અસ્તિત્વની અનુભૂતિ તો થાય જ છે. જે તર્ક, પ્રવચન કે તપ દ્વારા જાણી શકાતું નથી, તે માટે સંકેતનો (પરમાત્માના અણાસાર) નો જ આશ્રય લેવો પડે છે.

યદ્વાચાનભ્યુદિતં યેન વાગભ્યદ્યતે ।
તદેવ બ્રહ્મ ત્વં વિદ્ધિ નેદં યદિદમુપાસતે ॥૪॥

શબ્દાર્થ : યત્ - જે, વાચા - વાણી વડે, અનભ્યુદિતમ્ - બતાવવામાં આવ્યું નથી, (પણ) યેન - જેનાથી, વાક્ - વાણી, અભ્યુદ્યતે - બોલાય છે, તત્ - તેને, એવ - જ, સ્વમ્ - તું, બ્રહ્મ વિદ્ધિ - બ્રહ્મ જાણ, ઇદમ્ યત્ - વાણી વડે બતાવવા જે તત્ત્વની, ઉપાસતે - (લોકો) ઉપાસના કરે છે, ઇદમ્ - આ (બ્રહ્મ), ન - નથી.

ભાવાર્થ : વાણી કોની પ્રેરણાથી બોલે છે? વાણી વડે જે વ્યક્ત કરાય છે તથા જેની ઉપાસના કરાય છે તે બ્રહ્મનું વાસ્તવિક સ્વરૂપ નથી. બ્રહ્મતત્ત્વ વાણીથી અતીત છે. તેના એક અંશમાંથી વાણી બોલે છે તેને તું બ્રહ્મ જાણ.

નોંધ : આ આપણે આચાર્યોના મુખેથી સાંભળતા આવ્યા છીએ, જેમણે આપણને બ્રહ્મનું તત્ત્વ સારી રીતે સ્પષ્ટ કરીને સમજાવ્યું હતું. જે જડ અને ચેતનથી ભિન્ન છે અને જીવાત્માથી પણ ઉત્તમ (પુરુષોત્તમ) છે.

યન્મનસા ન મનુતે યેનાહુર્મનો મતમ્ ।
તદેવ બ્રહ્મ ત્વં વિદ્ધિ નેદં યદિદમુપાસતે ॥૫॥

શબ્દાર્થ : યત્ - જેને, મનસા - મનથી, ન - નથી, મનુતે - સમજી

શકાતું (પણ), येन - જેનાથી, मनः - મન, मतम् - જાણેલું થઈ જાય છે, आहुः - એમ કહેવામાં આવે છે, तत् - તેને, एव - જ, त्वम् - તું, ब्रह्म - બ્રહ્મ, विद्धि - જાણ, इदम् यत् - મન અને બુદ્ધિથી જાણવામાં આવનારા જે તત્ત્વની, उपासते - લોકો ઉપાસના કરે છે (તે), इदम् - આ (બ્રહ્મ) નથી.

ભાવાર્થ : મન કોની પ્રેરણાથી વિચારે છે? મન વડે જે વિચારાય છે તથા જેની ઉપાસના કરાય છે તે બ્રહ્મનું વાસ્તવિક સ્વરૂપ નથી. બ્રહ્મતત્ત્વ મનથી અતીત છે. જે મન વડે વિચારી શકાતું નથી પણ જેના વડે મનમાં વિચાર આવે છે તેને તું બ્રહ્મ જાણ. મન પરમાત્માના એક અંશમાંથી જ શક્તિ મેળવે છે.

યચ્ચક્ષુષા ન પશ્યતિ યેન ચક્ષૂંષિ પશ્યતિ ।
તદેવ બ્રહ્મ ત્વં વિદ્ધિ નેદં યદિદમુમાસતે ॥૬॥

શબ્દાર્થ : यत् - જેને, चक्षुषा - ચક્ષુ વડે, न - નથી, पश्यति - જોઈ શકાતું (પણ), येन - જેનાથી, चक्षूंषि - ચક્ષુ, पश्यति - જુએ છે, तत् - તેને, एव - જ, त्वम् - તું, ब्रह्म - બ્રહ્મ, विद्धि - જાણ, इदम् यत् - ચક્ષુ વડે જોવામાં આવતા પદાર્થોની (લોકો), उपासते - લોકો ઉપાસના કરે છે, इदम् - આ, न - બ્રહ્મ નથી.

ભાવાર્થ : ચક્ષુ કોની સત્તાથી જુએ છે? ચક્ષુ વડે જે દેખાય છે તથા જેની ઉપાસના કરાય છે તે બ્રહ્મનું વાસ્તવિક સ્વરૂપ નથી. બ્રહ્મતત્ત્વ ચક્ષુથી અતીત છે, તેના એક અંશમાંથી ચક્ષુ શક્તિ મેળવે છે. જે ચક્ષુ વડે તે જોતું નથી પણ જેના વડે ચક્ષુ જુએ છે તેને તું બ્રહ્મ જાણ.

યચ્છ્રોત્રેણ ન શૃણોતિ યેન શ્રોત્રમિદં શ્રુતમ્ ।
તદેવ બ્રહ્મ ત્વં વિદ્ધિ નેદં યદિદમુપાસતે ॥૭॥

શબ્દાર્થ : યત્ - જેને, શ્રોત્રેણ - **કાનથી**, ન - **નથી**, શૃણોતિ - **સાંભળી** શકાતું (પણ), યેન - **જેનાથી**, ઇદમ - **આ**, શ્રોત્રમ્ - **કાન**, શ્રુતમ્ - **સાંભળે છે**, તત્ - **તેને**, એવ - **જ**, ત્વમ્ - **તું**, બ્રહ્મ - **બ્રહ્મ**, વિદ્ધિ - **જાણ**, ઇદમ્ યત્ - **કાન વડે** સાંભળવામાં આવનારા જે તત્ત્વની (લોકો), ઉપાસતે - લોકો ઉપાસના કરે છે, ઇદમ્ ન - તે બ્રહ્મ નથી.

ભાવાર્થ : કાન કોની સત્તાથી સાંભળે છે ?

કાન વડે જે સંભળાય છે તથા જેની ઉપાસના કરાય છે તે બ્રહ્મનું વાસ્તવિક સ્વરૂપ નથી. બ્રહ્મતત્ત્વ કાનથી અતીત છે. તેના એક અંશમાંથી કાન શક્તિ મેળવે છે. બ્રહ્મ કાન વડે સંભળાતું નથી પણ કાન જેના વડે સાંભળે છે તેને તું બ્રહ્મ જાણ.

યત્પ્રાણેન ન પ્રાણિતિ યેન પ્રાણઃ પ્રણીયતે ।
તદેવ બ્રહ્મ ત્વં વિદ્ધિ નેદં યદિદમુપાસતે ॥૮॥

શબ્દાર્થ : યત્ - જે, પ્રાણેન - **પ્રાણ વડે**, ન પ્રાણિતિ - **ચેષ્ઠા કરતો** નથી (પણ), યેન - **જેનાથી**, પ્રાણ - **પ્રાણ**, પ્રાણીયતે - **પ્રવૃત્ત થાય છે**, તત્ - તેને, એવ - **જ**, ત્વમ્ - **તું**, બ્રહ્મ - **બ્રહ્મ**, વિદ્ધિ - **જાણ**, ઇદમ્ યત્ - **પ્રાણોની** શક્તિથી પ્રવૃત્ત જણાતા જે તત્ત્વની (લોકો), ઉપાસતે - લોકો ઉપાસના કરે છે, ઇદમ્ ન - તે બ્રહ્મ નથી.

ભાવાર્થ : પ્રાણ કોની સત્તાથી કાર્ય કરે છે ?

પ્રાણ શરીર ચલાવવા માટે સમર્થ છે પણ તે શક્તિ મેળવે છે પરમાત્માના એક અંશમાંથી. બ્રહ્મ પ્રાણ વડે જીવતું નથી પણ પ્રાણ જેનામાંથી શક્તિ મેળવે છે તેને તું બ્રહ્મ જાણ.

વર્ણન : સામાન્ય રીતે આપણે એવું માનીએ છીએ કે આપણી આંખ જ જુએ છે, કાન સાંભળે છે અને વાણી બોલે છે, પરંતુ આપણો એ અનુભવ છે કે જ્યારે વ્યક્તિનું મૃત્યુ થાય છે ત્યારે આ બધી જ ઇન્દ્રિયો શરીરમાં હાજર હોવા છતાં વાણી બોલી શકતી નથી. તેનો અર્થ કે વાણી એની શક્તિ આત્મામાંથી જ મેળવે છે અને આત્માના નીકળતાંની સાથે જ, જેવી રીતે બલ્બને અપાતો વીજળીનો પુરવઠો બંધ થાય અને બલ્બ ઓલવાઈ જાય, તેવી રીતે બધી જ ઇન્દ્રિયો પણ શરીરમાંથી આત્માના ચાલ્યા જવાથી બંધ થઈ જાય છે. તેનો અર્થ કે બધી જ ઇન્દ્રિયો પરમાત્મામાંથી શક્તિઓ મેળવે છે. માટે ઇન્દ્રિયો દ્વારા વ્યક્ત કરાતું પરમાત્માનું સ્વરૂપ તે બ્રહ્મનું વાસ્તવિક સ્વરૂપ નથી. ઇન્દ્રિયોની ક્ષમતા નથી કે તે પરમાત્માના સ્વરૂપને જાણી શકે.

આ સૃષ્ટિમાં પરમાત્માએ નિષ્કામ કર્મની સુંદર વ્યવસ્થા ગોઠવેલી છે, જે ફકત અનુભવાય છે. જ્યારે સેવાપ્રવૃત્તિની જરૂર પડે છે ત્યારે હજારો વ્યક્તિઓ સ્વયંભૂ સેવા કાર્યમાં લાગી જાય છે. દા.ત. કચ્છમાં જ્યારે ધરતીકંપ આવ્યો ત્યારે અનેક લોકો નિસ્વાર્થ ભાવે સ્થળ પર પહોંચી ગયા અને કચ્છનું નવસર્જન સહજમાં થઈ ગયું. પરમાત્માના સંકેતને કારણે જ સેવા કરવાની જેમને પ્રેરણા મળી તેને પરમાત્માનો સંકેત કહેવાય.

ખંડ–૨

બ્રહ્મનું સ્વરૂપ

यदि मन्यसे सुवेदेति दभ्रमेवापि नूनं त्वं वेत्थ ब्रह्मणो रूपम् ।
यदस्य त्वं यदस्य देवेष्वधनु मीमांस्यमेव ते मन्ये विदितम् ।।१।।

શબ્દાર્થ : यदि - જો, त्वम् - તું, इति - આ, मन्यसे - માને છે, सुवेद - મેં સારી રીતે જાણ્યું છે, अपि - તો, नूनं - ખરેખર, ब्रह्मणः - બ્રહ્મનું, रूपम् - સ્વરૂપ, दभ्रम् - થોડુંક, एव - જ, वेत्थ - જાણો છે, अस्य - એનું, यत् - જે સ્વરૂપ, त्वम् - તું છે, अस्य - એનું કામ કરતું, यत् - જે સ્વરૂપ, देवेषु - દેવતાઓમાં, (तत् अल्पम् एव - તે બધું મળીને પણ અલ્પ જ છે), अथ नु - તેથી, मन्ये - માનું છું કે, ते विदितम् - તે જાણેલું, मीमांस्यमेव - ખરેખર વિચારવા જેવું છે.

ભાવાર્થ : જ્યારે શિષ્ય માને છે કે મેં બ્રહ્મને બરાબર રીતે જાણ્યું છે. ત્યારે શિષ્યની કોઈ ભૂલ ન થઈ જાય તે માટે ગુરુ તેનું ધ્યાન દોરે છે અને કહે છે કે તેં જે બ્રહ્મનું રૂપ જોયું છે અને જેના આધારે તું નિર્ણય લે છે, તે તો બ્રહ્મનો એક અંશ માત્ર છે. પરંતુ બ્રહ્મ તો તેનાથી અનેકગણું વિરાટ છે, જે તારી વિચાર શક્તિની ક્ષમતા બહારનો વિષય છે. એટલા માટે ગુરુ કહે છે કે, શિષ્યે હજુ આગળ સંશોધન કરવું જોઈએ.

દા.ત. એક કંપની કારના ૧૦૦ મૉડિલ બનાવે છે અને ગ્રાહક તેમાંથી ફકત પાંચ મૉડિલ જોઈને નિર્ણય લે છે. તો તેનો નિર્ણય ખોટો ઠરી શકે. તેણે સંપૂર્ણ માહિતી મેળવવી હોય તો બધાં જ મૉડિલનો અભ્યાસ કરવો જોઈએ.

તે જ રીતે બ્રહ્મતત્ત્વની સંપૂર્ણ જાણકારી મેળવવી જોઈએ.

નાહં મન્યે સુવેદેતિ નો ન વેદેતિ વેદ ચ ।

યો નસ્તદ્વેદ તદ્વેદનો ન વેદેતિ વેદ ચ ॥૨॥

શબ્દાર્થ : અહમ્ - હું, સુવેદ - બ્રહ્મને સારી પેઠે જાણી ગયો છું, ઇતિ ન મન્યે - એમ માનતો નથી, નો - નહિ, ઇતિ - એમ, ન વેદ - નથી જાણતો જ, વેદ ચ - જાણું પણ છું, નઃ - અમારામાંથી, યઃ - જે કોઈપણ, તત્ - તે બ્રહ્મ ને, વેદ - જાણે છે, તત્ - તે બ્રહ્મ ને, ચ - પણ.

ભાવાર્થ : આ મંત્રમાં શિષ્ય પોતાના ગુરુદેવ પ્રત્યે સંકેતથી પોતાનો અનુભવ પ્રકટ કરતાં કહે છે કે હું બ્રહ્મને પૂર્ણ સ્વરૂપે જાણું છું તેમ પણ નથી કારણ કે સમસ્ત બ્રહ્માંડ તેના એક અંશમાંથી જ બનેલ છે. અને નથી જાણતો 'તેમ પણ નથી' કારણ કે ચોવીસ કલાક હું તેની અનુભૂતિ કરી રહ્યો છું.

યસ્યામતં તસ્ય મતં મતં યસ્ય ન વેદ સઃ ।

અવિજ્ઞાતં વિજાનતાં વિજ્ઞાતમવિજાનતામ્ ॥૩॥

શબ્દાર્થ : યસ્ય અમતમ્ - જેનું એમ માનવું છે કે બ્રહ્મ જાણવામાં નથી આવતું, તસ્ય - તેનું, મતમ્ - જાણેલું છે, સઃ - તે, ન - નથી, વેદ - જાણતો, વિજાનતામ્ - જાણવાનું અભિમાન રાખનારાઓ માટે, અવિજ્ઞાતમ્ - તે જાણેલું નથી, અવિજાનતામ્ - જેમનામાં જ્ઞાતાપણાનું અભિમાન નથી તેમનું, વિજ્ઞાતમ્ - (તે બ્રહ્મ તત્ત્વ) જાણેલું છે.

ભાવાર્થ : જે મહાપુરુષો પરમેશ્વરનો સાક્ષાત્કાર કરી લે છે તેમનામાં

પરમેશ્વરને જાણી લીધા બદલનું સહેજ પણ અભિમાન રહેતું નથી; અર્થાત્ બ્રહ્મ જેને જ્ઞાત નથી તેને જ જ્ઞાત છે ને જેને જ્ઞાત છે તેને તે જાણતો નથી. કારણ કે તે જાણનારાઓનો વગર જાણેલો છે ને ન જાણનારાઓનો જાણેલો છે. (કારણ કે અન્ય વસ્તુઓની પેઠે તે દૃશ્ય ન હોવાથી તે વિષયરૂપથી જાણી શકાતો નથી.)

પ્રતિબોધવિદિતં મતમમૃતત્ત્વં હિ વિન્દતે ।
આત્મના વિન્દતે વીર્યં વિદ્યયા વિન્દતેઽમૃતમ્ ॥૪॥

શબ્દાર્થ : પ્રતિબોધવિદિતમ્ - ઉપર કહેલા પ્રતિબોધથી ઉત્પન્ન જ્ઞાન જ, મતમ્ - વાસ્તવિક જ્ઞાન છે, હિ - કારણ કે, અમૃતત્ત્વમ્ - અમૃતસ્વરૂપ પરમાત્માને, વિન્દતે - પ્રાપ્ત કરે છે, આત્માના - અંતર્યામી પરમાત્માથી, વીર્યમ્ - પરમાત્માને જાણવાની શક્તિ, વિદ્યયા - વિદ્યાથી - જ્ઞાનથી, અમૃતમ્ - અમૃતરૂપ પરબ્રહ્મ પરમેશ્વરને પ્રાપ્ત થાય છે.

ભાવાર્થ : જ્યારે પરમાત્માના (પરાવિદ્યાના) જ્ઞાન દ્વારા સાધકને સાચું જ્ઞાન થાય છે ત્યારે બ્રહ્મને જાણવાની ઇચ્છા થાય છે. બ્રહ્મજ્ઞાનથી અમૃતસ્વરૂપ પરમાત્માની પ્રાપ્તિ થાય છે અને તે શક્તિ પણ પરમાત્મામાંથી જ મળે છે.

ઇહ ચેદવેદીદથ સત્યમસ્તિ ન ચેદિહાવેદીન્મહતી વિનષ્ટિઃ ।
ભૂતેષુ ભૂતેષુ વિચિંત્ય ધીરાઃ પ્રેત્યાસ્માલ્લોકાદમૃતા ભવન્તિ ॥૫॥

શબ્દાર્થ : ચેત્ - જો, ઇહ - આ મનુષ્ય શરીરમાં, અવેદિત્ - પરબ્રહ્મને જાણ્યું, અથ - ત્યારે તો, સત્યમ્ - ઘણું જ સારું, અસ્તિ - છે, ચેત્ - જો, ઇહ -

આ શરીર રહે ત્યાં સુધી, ન અવેદિત્ - **ન જાણી શકાયું**, महति - મોટો, विनष्टि: - વિનાશ છે, धीरा: - **બુદ્ધિમાન પુરુષો**, भुतेषु भुतेषु - પ્રાણી માત્રમાં, विचिंत्य - (પરબ્રહ્મને) સમજી, अस्मात् - આ, लोकात् - લોકથી, प्रेत्य - પ્રયાણ કરીને, अमृता: - અમર, भवन्ति - થઈ જાય છે.

ભાવાર્થ : ઘણા જન્મો પછી મનુષ્ય જન્મ મળે છે. જો આ જન્મમાં મળેલી તક ગુમાવવામાં આવે તો ફરી પાછા પશુ-પક્ષી, વૃક્ષ યોનિમાં જવું પડે, માટે બુદ્ધિમાન વ્યક્તિ મૃત્યુ પહેલાં બ્રહ્મતત્ત્વને જાણી લે છે અને અમર થઈ જાય છે.

*****

ખંડ–૩

યક્ષ – દેવ સંવાદ

બ્રહ્મ હ દેવેભ્યો વિજિગ્યે તસ્ય હ બ્રહ્મણો વિજયે દેવા અમહીયન્ત ।
ત એક્ષન્તાસ્માકમેવાયં વિજયોઽસ્માકમેવાયં મહિમેતિ ।।૧।।

શબ્દાર્થ : બ્રહ્મ - પરબ્રહ્મ પરમેશ્વરે, હ - જ, દેવેભ્યઃ - દેવાતાઓને માટે, વિજિગ્યે - (અસુરો પર) વિજય પ્રાપ્ત કર્યો, હ - પણ, તસ્ય બ્રહ્મણઃ - તે પરબ્રહ્મ પુરુષોત્તમની, વિજયે - વિજયમાં, દેવાઃ - ઈન્દ્ર વગેરે દેવતાઓ, અમહીયન્ત - ગર્વ કરવા લાગ્યા, તે - તેઓ, ઇતિ - આ પ્રમાણે, ઐક્ષન્ત - સમજવા લાગ્યા, અયમ્ - આ, અસ્માકમ્ - અમારો જ, વિજયઃ - વિજય છે, અસમાકમ્ એવ - અમારો જ, મહિમા - મહિમા છે.

ભાવાર્થ : પરબ્રહ્મ પરમેશ્વરે દેવાતાઓ પર કૃપા કરીને તેમને એવી શક્તિ આપી કે જેથી તેમણે અસુરો ઉપર વિજય પ્રાપ્ત કર્યો. આ વિજય ખરી રીતે ભગવાનનો જ હતો ને દેવતાઓ તો કેવળ નિમિત્તમાત્ર જ હતા; પરંતુ દેવતાઓ આ વાત સમજી શક્યા નહીં. ભગવાને પોતાની ઉપર કૃપા કરી છે એ વાત ધ્યાનમાં ન લેતાં તે ભગવાનના મહિમાને પોતાનો જ મહિમા સમજી બેઠા. અને અભિમાનમાં આવી પોતાને ભારે શક્તિશાળી હોવાનું માનવા લાગ્યા; અમે અમારા જ બળ અને શક્તિથી અસુરોનો પરાજય કર્યો છે એમ સમજવા લાગ્યા.

તદ્ધૈષાં વિજજ્ઞૌ તેભ્યો હ પ્રાદુર્બભૂવ તન્ન વ્યજાનત કિમિદં યક્ષમિ તિ।।૨।।

શબ્દાર્થ : હ તત્ - આ વાત પ્રસિદ્ધ છે કે તે પરબ્રહ્મે, એષામ્ - આ

દેવાતાઓની, વિજજ્ઞૌ - આ દશા જાણી લીધી, તેભ્યઃ - **તેમની આગળ, હ -** જ, યક્ષ - **યક્ષ,** પ્રાદુર્વભૂવ - **સાકાર રૂપે પ્રકટ થઈ ગયા,** તત્ - **તેને,** ઇદમ્ - (**દેવોએ) આ,** યક્ષ - **યક્ષ,** કિમ્ ઇતિ - **કોણ છે, એ વાતને,** ન વ્યજાનત - **જાણી નહીં.**

ભાવાર્થ : દેવોના મિથ્યાભિમાનને બ્રહ્મે જાણી લીધું, જેથી તેમનું અભિમાન ઉતારવા અને તેમના ભલા માટે બ્રહ્મ દિવ્ય આકૃતિના રૂપે (યક્ષ રૂપે) પ્રકટ થયું ત્યારે તે કોણ હતા તે દેવો ઓળખી શક્યા નહીં. આથી બ્રહ્મે દેવોની પરીક્ષા કરવા યક્ષનું રૂપ ધારણ કર્યું.

તેઽગ્નિમબ્રુવ્વઞ્જાતવેદ એતદ્વિજાનીહિ કિમિદં યક્ષમિતિ તથેતિ ॥૩॥

શબ્દાર્થ : તે - **તે ઈન્દ્રાદિ દેવાતાઓએ,** અગ્નિમ્ - **અગ્નિ દેવને,** ઇતિ - **આમ,** અબ્રુવન્ - **કહ્યું,** જાતવેદઃ - **હે જાતવેદા,** એતત્ - **આ વાતને,** વિજાનીહિ - **જાણો,** ઇદં યક્ષમ્ - **આ દિવ્ય યક્ષ,** કિં ઇતિ - **કોણ છે (ત્યારે અગ્નિ દેવે કહ્યું),** તથા ઇતિ - **ઘણું સારું.**

ભાવાર્થ : દેવોને આ યક્ષ કોણ છે તે સમજાયું નહીં એટલે ઈન્દ્રાદિ દેવોએ અગ્નિને કહ્યું; હે જાતવેદા (સર્વ જન્મેલા પદાર્થોને જાણનાર) તમે તપાસ કરો કે આ યક્ષ કોણ છે ? યક્ષે કહ્યું, સારું હું તપાસ કરું છું.

તદભ્યદ્રવત્તમભ્યવદત્કોઽસીત્યગ્નિર્વા અહમસ્મીત્યબ્રવી ।

જ્ઞાતવેદા વા અહમસ્મીતિ ॥૪॥

શબ્દાર્થ : તત્ - **તેની પાસે,** અભ્યદ્રવત્ - **દોડીને ગયો,** તમ્ - **તે અગ્નિ દેવને,** અભ્યવદત્ - **તે દિવ્ય યક્ષે પૂછ્યું,** કઃ અસિ ઇતિ - **તમે કોણ છો,**

અબ્રુવીત્ - **અગ્નિએ કહ્યું, અહમ્ - હું, વૈ અગ્નિઃ - પ્રસિદ્ધ અગ્નિ દેવ, અસ્મિ ઇતિ - છું, અહમ્ વૈ - હું જ, જાતવેદાઃ - જાતવેદાના નામથી, અસ્મિ ઇતિ - પ્રસિદ્ધ છું.**

ભાવાર્થ : અગ્નિ તે યક્ષની પાસે ગયો. યક્ષે અગ્નિને પૂછ્યું, 'તું કોણ છે ?' તેણે કહ્યું, 'હું અગ્નિ છું.' હું ખરેખર જાતવેદા જ છું.

તસ્મિઁસ્ત્વયિ કિં વીર્યમિત્યપીદઁ સર્વ દહેયં યદિદં પૃથિવ્યામિતિ ॥૫॥

શબ્દાર્થ : તસ્મિન્ ત્વયિ - ઉપર કહેલા નામવાળા તમારામાં, કિં વીર્યમ્ - શું સામર્થ્ય છે, ઇતિ - તે બતાવ, અપિ - જો, પૃથિવ્યામ્ - પૃથ્વીમાં, યત્ ઇદમ્ - આ જે કંઈ પણ છે, ઇદમ્ સર્વમ્ - આ બધાંને, દહેયમ્ ઇતિ - બાળીને ભસ્મ કરી દઉં.

ભાવાર્થ : અગ્નિની ગર્વોક્તિ સાંભળીને બ્રહ્મે અજાણ્યાની પેઠે કહ્યુંઃ એમ ! ત્યારે અગ્નિ અને જાતવેદા (સર્વનું જ્ઞાન ધરાવનારા) એવા બે નામ ધરાવનારા તમે જ છો ? ભલા તમારામાં શું સામર્થ્ય છે તે તો કહો ! એટલે અગ્નિએ ગર્વથી ઉત્તર આપ્યો કે, અરે ! હું ઇચ્છું તો આ ભૂમંડલમાં જે કંઈ પણ જોવામાં આવી રહ્યું છે તે બધું બાળી નાખીને હમણાં જ ભસ્મ કરી દઉં.

તસ્મૈ તૃણં નિદધાવેતદ્દહેતિ । તદપ્રેયાસ સર્વજવેન તન્ન શશાક દગ્ધું સ તત એવ નિવવૃતે નૈતદશકં વિજ્ઞાતું યદેતદ્યક્ષમિતિ ॥૬॥

શબ્દાર્થ : તસ્મૈ - તેની સમક્ષ, તૃણમ્ - એક તણખલું, નિદધૌ - મૂક્યું, એતત્ - આ તણખલાને, દહ ઇતિ - બાળો, સઃ - તે, સર્વજવેન - સર્વ શક્તિથી, તત્ ઉપપ્રેયાય - તે તણખલા ઉપર તૂટી પડ્યો, તત્ - તેને, દગ્ધુમ્ -

બાળવા માટે, न एव शशाक - કોઈ પણ રીતે સમર્થ થયો નહીં, ત્યાંથી, निवृते - પાછો ફર્યો, एतत् - આ, विज्ञातुम् - જાણવા માટે, न अशकम् - હું શક્તિમાન થઈ શક્યો નથી, यक्षम् - આ દિવ્ય યક્ષ, यत इति - કોણ છે?,

ભાવાર્થ : અગ્નિમાં રહેલું અગ્નિત્વ પરમાત્મામાંથી આવે છે. માટે પરમાત્માએ જયારે અગ્નિત્વ પરત ખેંચી લીધું ત્યારે અગ્નિદેવ એક તણખલાને પણ બાળી શક્યો નહીં. તે ત્યાંજ અટકી ગયો અને પાછો ફર્યો. તેણે કહ્યું, "હું તેને જાણી શક્યો નથી, આ મહાન યક્ષ કોણ છે?"

अथ वायुभब्रुवन् वायवेदतद् विजानीहि किमेतद् यक्षमिति तथेति ॥७॥

શબ્દાર્થ : अथ - ત્યારે, वायुम् - વાયુ દેવને, अब्रुवन् - દેવતાઓએ કહ્યું, वायो - હે વાયુ દેવ, एतत् - આ વાતને, विजानीहि - જાણી લાવો, यक्षम् - દિવ્ય યક્ષ, किम् इति - કોણ છે?, तथा इति - (વાયુ દેવે કહ્યું) ઘણું સારું.

ભાવાર્થ : અગ્નિદેવ જયારે નિષ્ફળ થઈ પાછા ફર્યા ત્યારે દેવતાઓએ આ કાર્ય માટે અપ્રતિમ શક્તિવાળા વાયુદેવને પસંદ કર્યા ને એમને કહ્યું કે, 'વાયુદેવ ! તમે જઈને આ યક્ષ વિષે પૂરેપૂરી તપાસ કરો કે તે કોણ છે?' વાયુને પણ પોતાની બુદ્ધિ અને શક્તિનો ગર્વ હતો, એટલે તેણે પણ કહ્યું, 'ભલે બહુ સારું, હમણાં જ એ વિષે તપાસ કરું છું.'

तदभ्यद्रवत् तमभ्यवदत् कोऽसीति ।

वायुर्वा अहमस्मी त्यब्रवीन्मातरिश्वा वा अहमस्मीति ॥८॥

શબ્દાર્થ : तत् - તેની પાસે, अभ्यद्रवत् - દોડીને ગયા, तम् - તેને, अभ्यवदत् - પૂછ્યું, कः असि इति - તમે કોણ છો?, अब्रवीत - ત્યારે વાયુએ

કહ્યું, અહમ્ - હું, વૈ વાયુઃ - **પ્રસિદ્ધ વાયુદેવ**, અસ્મિ ઇતિ - **છું**, અહમ વૈ - **હું જ**, માતરિશ્વા - **માતરિશ્વાના નામથી**, અસ્મિ ઇતિ - **પ્રસિદ્ધ છું**.

ભાવાર્થ : વાયુએ ધાર્યું કે, અગ્નિએ ક્યાંક ભૂલ કરી હશે; નહીં તો વળી યક્ષને ઓળખવો એ તે કઈ મોટી વાત છે ! ભલેને, આ સફળતાનું શ્રેય મને મળે ! આમ વિચારી વાયુદેવ તુરંત યક્ષની પાસે જઈ પહોંચ્યા. તેને પોતાની પાસે ઊભેલો જોઈને યક્ષે પૂછ્યું ઃ તમે કોણ છો ? વાયુએ પણ 'પોતે કંઈક છે' એવા ગર્વથી અકડાઈને ઉત્તર આપ્યો ઃ હું ! હું પ્રસિદ્ધ એવો વાયુ છું. મારું જ ગૌરવમય અને રહસ્યપૂર્ણ નામ માતરિશ્વા છે.

તસ્મિ ઁ સ્ત્વયિ કિં વીર્યમીતિ ?

અપીદં સર્વમાદદીયમ્ યદિદં પૃથિવ્યામિતિ ॥૯॥

શબ્દાર્થ : તસ્મિન્ સ્વયિ - ઉપર જણાવેલા નામ વાળા તારામાં, વીર્યમ્ - **શું સામર્થ્ય છે ?**, ઇતિ - તે બતાવ, અપિ - જો, પૃથિવ્યામ્ - પૃથવીમાં, યત્ ઇદમ્ - જે કાંઈ પણ છે, ઇદમ્ સર્વમ્ - આ સર્વને, આદદીયમ્ ઇતિ - આકાશમાં ઉડાડી દઉં.

ભાવાર્થ : વાયુની પણ તેવી જ ગર્વોક્તિ સાંભળીને બ્રહ્મે (પરમાત્માએ) તેને પણ તેવી જ રીતે અજાણ્યાની પેઠે કહ્યું, 'વાહ ! આપ વાયુદેવ છો ! ને માતરિશ્વા પણ આપ જ છો ? ઘણી સારી વાત છે ! પણ એ તો કહો કે આપનામાં શી શક્તિ છે ? આપ શું કરી શકો એમ છો ? એટલે વાયુએ પણ અગ્નિની પેઠે સગર્વ ઉત્તર આપ્યો, 'જો હું ચાહું તો આ સમસ્ત ભૂમંડલમાં જે કંઈ પણ દેખાય છે તે બધાને વગર આધારે ઉપાડી લઉં -

ઉડાડી નાખું.

તસ્મૈ તૃણં નિદધાવેતદાદત્સ્વેતિ ।
તદુપપ્રેયાય સર્વજવેન તન્ન શશાકાદાતું સ તત એવ નિવૃતે,
નૈતદશકં વિજ્ઞાતું યદેતદ્ યક્ષમિતિ ॥૧૦॥

શબ્દાર્થ : તસ્મૈ - **તેમની આગળ,** તૃણમ્- **એક તણખલું,** નિદધૌ - **મૂક્યું,** એતત્ - **આ તણખલાને,** આદત્સ્વ - **ઉપાડી લો,** સઃ - **તે,** સર્વજવેન - **સઘળી શક્તિથી,** તત્ ઉપપ્રેયાય - **તે તણખલા ઉપર તૂટી પડ્યો,** તત્ - **તેને,** અદાતુમ્ - **ઉડાડવામાં,** ન એવ શશાક - **કોઈ રીતે સમર્થ થયો નહીં,** તતઃ - **ત્યાંથી,** નિવવૃતે - **પાછો ફર્યો,** એતત - **આ,** વિજ્ઞાતુમ્ - **જાણવામાં,** અશકમ્ - **હું શક્તિમાન થઈ શક્યો નહીં,** યક્ષમ્ - **આ દિવ્ય યક્ષ,** યત્ ઇતિ - **કોણ છે?.**

ભાવાર્થ : વાયુમાં રહેલું વાયુત્વ પરમાત્મામાંથી આવે છે. માટે પરમાત્માએ જ્યારે વાયુત્વ પરત ખેંચી લીધું ત્યારે વાયુદેવ એક તણખલાને પણ ઉડાડી શક્યો નહીં. તે ત્યાંજ અટકી ગયો. ત્યાંથી જ તે પાછો ફર્યો અને કહ્યું, "તે મહાન યક્ષ કોણ છે? તે જાણી શક્યો નથી."

અથેન્દ્રમબ્રુવન્મઘવન્નેતદ્વિજાનીહિ કિમેતદ્યક્ષમિતિ તથેતિ
તદભ્યદ્રવત્તસ્માત્તિરોદધે ॥૧૧॥

શબ્દાર્થ : અથ - **ત્યાર પછી,** ઇન્દ્રમ્- **ઇન્દ્રને,** અબ્રુવન્ - **દેવતાઓએ કહ્યું,** મઘવન્ - **હે ઇન્દ્ર દેવ,** એતત્ - **આ વાતને,** વિજાનીહિ - **તમે જાણીને સારી પેઠે તપાસ કરી લાવો,** એતત્ - **આ,** યક્ષમ્ - **દિવ્ય યક્ષ,** કિમ્ ઇતિ - **કોણ છે?,** તથા ઇતિ - **બહુ સારું,** તત્ અભ્યદ્રવત્ - **તે યક્ષ ભણી દોડીને ગયો,** તસ્માત્ -

તેની આગળથી, તિરોદધે - (યક્ષ) અંતર્ધ્યાન થઈગયો.

ભાવાર્થ : ત્યાર પછી દેવતાઓએ ઈન્દ્રને કહ્યું : મઘવન્ ! એ યક્ષ કોણ છે, એની તપાસ કરો ને એને સારી પેઠે જાણો. એટલે 'બહુ સારુ' કહી ઈન્દ્ર યક્ષની પાસે ગયો; પણ તે યક્ષ ઈન્દ્રની સામેથી અદૃશ્ય થઈગયો.

સ તસ્મિન્નેવાકાશે સ્ત્રિયમાજગામ બહુશોભમાનાસુમા ।

હૈમવર્તીં તા ૂહોવાચ કિમેતદ્યક્ષમિતિ ।।૧૨।।

શબ્દાર્થ : સઃ - તે ઈન્દ્ર, તસ્મિન્ એવ- તે જ, આકાશે - આકાશ પ્રદેશમાં, બહુશોભમાનામ્ - અતિ લાવણ્યવતી, સ્ત્રિયમ્ - દેવી, હૈમવતીમ્ - હિમાલયની પુત્રી, ઉમામ્ - ઉમાની પાસે, આજગામ - આવી પહોંચ્યા, તામ્ - તેને, હ ઉવાચ - આદર સાથે બોલ્યા, એતત્ - આ, યક્ષમ્ - દિવ્ય યક્ષ, કિમ્ ઇતિ - કોણ છે?.

ભાવાર્થ : ઈન્દ્ર આકાશમાં હિમાલયની અત્યંત સુંદર પુત્રી ઉમાદેવી પાસે પહોંચ્યા અને પૂછ્યું, હે જ્ઞાનની દેવી આ યક્ષ કોણ છે? તે મને જણાવો.

*****

ખંડ–૪

બ્રહ્મવિદ્યા

સા બ્રહ્મેતિ હોવાચ । બ્રહ્મણો વા એતદ્વિજયે મહીયધ્વ મિતિ,
તતો હૈવ વિદાઞ્ચકાર બ્રહ્મેતિ ॥૧॥

શબ્દાર્થ : સા - **તેણે,** હ ઉવાચ - **સ્પષ્ટ ઉત્તર આપ્યો કે,** બ્રહ્મ ઇતિ - **બ્રહ્મ પરમાત્મા છે,** બ્રહ્મણ વૈ - **તે પરમાત્મા જ,** એતદ્વિજયે - **આ વિજયમાં,** મહીયધ્વમ્ ઇતિ - **તમે પોતાનો મહિમા માનવા લાગ્યા હતા,** તતઃ એવ - **ઉમાના આ કથનની જ,** હ - **નિશ્ચયપૂર્વક,** નવિદાઞ્ચકાર - (ઇન્દ્ર) **જાણી ગયો.**

ભાવાર્થ : ઇન્દ્રને ઉમાદેવીએ કહ્યું કે યક્ષ એ બ્રહ્મનું સાકાર સ્વરૂપ છે. આપણે સૌ બ્રહ્મમાંથી જ શક્તિ મેળવીએ છીએ. અને તેમની તેજસ્વિતાનો અનુભવ કરીને પ્રતિષ્ઠિત થઇએ છીએ. ત્યારે જ ઇન્દ્રને જ્ઞાન થયું કે એ સર્વ શક્તિમાન બ્રહ્મ છે.

તસ્માદ્વા એતે દેવા અતિતરામિવાન્યન્દેવાન્યદગ્રિર્વાયુરિન્દ્રસ્તે
હ્યેનન્નેદિષ્ઠં પસ્પૃશુસ્તે હ્યેનત્પ્રથમો વિદાઞ્ચકાર બ્રહ્મેતિ ॥૨॥

શબ્દાર્થ : તસ્માત્ વૈ - **એટલા માટે જ,** એતે દેવાઃ - **આ ત્રણેય દેવતાઓ,** યત્ - **જેઓ,** અગ્નિઃ વાયુઃ ઇન્દ્રઃ - **અગ્નિ, વાયુ અને ઇન્દ્રને નામે પ્રખ્યાત છે,** અન્યાન્ - **બીજા,** દેવાન્ - **દેવોની અપેક્ષાએ,** અતિતરામ્ ઇવ - **જાણે કે અતિશય શ્રેષ્ઠ છે,** હિ - **કારણ કે,** તે - **તેમણે જ,** એનત્ નેદિષ્ઠમ્ - **આ અત્યંત પ્રિય અને નજીક રહેલા પરમેશ્વરનો,** પસ્પૃશુ - **સ્પર્શ કર્યો છે,** તે હિ - **તેમણે જ,** એનત્ - **એને,** પ્રથમઃ - **સર્વથી પહેલાં,** વિદાઞ્ચકાર - **જાણ્યા છે,** બ્રહ્મ

इति - આ સાક્ષાત્ પરબ્રહ્મ પરમેશ્વર છે.

ભાવાર્થ : કારણ કે અગ્નિ, વાયુ અને ઈન્દ્ર આ દેવતાઓએ જ આ અત્યંત નજીક રહેલા બ્રહ્મનો દર્શન વડે સ્પર્શ કર્યો હતો (અનુભૂતિ કરી હતી) ને તેમણે જે તેને બધાંયથી પહેલાં 'આ બ્રહ્મ છે' એમ જાણ્યું હતું; તેથી તેઓ બીજા દેવતાઓ કરતાં શ્રેષ્ઠતર થયા.

તસ્માદ્વા ઇન્દ્રોઽતિતરામિવાન્યાન્દેવાન્સ હ્યેનન્નેદિષ્ઠં
પસ્પર્શ સ હ્યેનત્પ્રથમો વિદાઞ્ચકાર બ્રહ્મેતિ ॥૩॥

શબ્દાર્થ : તસ્માત્ વૈ - એટલા માટે જ, ઇન્દ્રઃ - ઈન્દ્ર, અન્યાન્ દેવાન્ - બીજા દેવતાઓ કરતાં, અતિતરામ્ ઇવ - જાણે કે અતિશય શ્રેષ્ઠ છે, હિ - કેમ કે, સઃ - સહ, એનત્ નેદિષ્ઠમ્ - આ અત્યંત પ્રિય અને સમીપમાં રહેલા પરમેશ્વરનો, પસ્પર્શ - મન વડે સ્પર્શ કર્યો હતો, સ હિ - ને તેણે જ, એનત્ - એને, પ્રથમઃ - બીજાઓ પહેલાં, વિદાઞ્ચકાર - સારી પેઠે જાણ્યા છે, બ્રહ્મ ઇતિ - આ સાક્ષાત્ પરબ્રહ્મ પુરુષોત્તમ છે.

ભાવાર્થ : તેથી ઈન્દ્ર બીજા બધા દેવતાઓ કરતાં શ્રેષ્ઠતર થયા; કારણ કે તેણે જ આ નજીક રહેલા બ્રહ્મનો સ્પર્શ (અનુભવ) કર્યો હતો. તેણે જ સર્વપ્રથમ એને 'આ બ્રહ્મ છે' એમ જાણ્યું હતું. જેવી રીતે ઈન્દ્ર બ્રહ્મને જાણી ગયા અને બ્રહ્મનો સ્પર્શ કર્યો જેથી તેઓ શ્રેષ્ઠતર થયા. તેવી રીતે આપણે પણ શ્રેષ્ઠ થવું હોય તો આપણી અંદર રહેલા બ્રહ્મ તત્ત્વને ઓળખવું પડે, તેનો સ્પર્શ કરવો પડે અને તે માટે નિષ્કામ કર્મ કરવું પડે.

તસ્યૈષ આદેશો યદેતદ્વિદ્યુતો વ્યદ્યુતદા ઇતીન્ન્યમીમિષદા ઇત્યધિદૈવતમ્ ॥૪॥

શબ્દાર્થ : તસ્ય - તે બ્રહ્મનો, એષઃ - આ, આદેશઃ - સાંકેતિક ઉપદેશ છે, યત્ - જે કે, એતત્ - આ, વિદ્યુતઃ - વીજળીનું, વ્યુદ્યુતવ્ય - ચમકવા જેવું છે, ઇતિ - એ પ્રમાણે છે, ઇત્ - વળી જે, ન્યમીમિષત્ આ - આંખના પલકારા જેવું છે, ઇતિ - આ પ્રમાણે, અધિદૈવતમ્ - આ અધિદૈવિક ઉપદેશ છે.

ભાવાર્થ : તે બ્રહ્મનો આ સાંકેતિક ઉપદેશ છે, કે જે વીજળીના જેવું ને આંખના પલકારાની જેમ ઉત્પન્ન થયું તે બ્રહ્મનું આધિદૈવિક સ્વરૂપ છે.

અથાધ્યાત્મં યદેતદ્ગચ્છતીવ ચ મનોऽનેન ।

ચૈતદુપસ્મર ત્યમીક્ષ્ણ ઁ સઙ્કલ્પઃ ॥૫॥

શબ્દાર્થ : અથ - હવે, અધ્યાત્મમ્ - આધ્યાત્મિક, યત્ - જે કે, મનઃ - મન, એતત્ - આ (બ્રહ્મ) ની પાસે, ગચ્છતિ ઇવ - જતું હોય તેમ લાગે છે, ચ - અને, અભિક્ષ્ણમ્ - નિરંતર, ઉપસ્મરતિ - અતિશય પ્રેમપૂર્વક સ્મરણ કરે છે, અનેન - આ મન વડે જ, સંકલ્પઃ ચ - સંકલ્પ અર્થાત્ તે બ્રહ્મના સાક્ષાત્કારની ઉત્કટ અભિલાષા પણ (થાય છે).

ભાવાર્થ : હવે આધ્યાત્મિક અર્થાત્ અધ્યાત્મ ઉપાસનાનો ઉપદેશ કરે છે. આપણું મન બ્રહ્મની પાસે જતું હોય તેમ લાગે છે અને આ બ્રહ્મનું નિરંતર અતિશય પ્રેમપૂર્વક સ્મરણ કરે છે. આ મન વડે જ એ બ્રહ્મના સાક્ષાત્કારની ઉત્કટ અભિલાષા પણ થાય છે.

આપણે જો શ્રેષ્ઠ બનવું હોય તો આપણે અંતઃકરણના સાધનોનો ઉપયોગ કરવો પડે. આ માટે સૌથી અગત્યનું સાધન મન છે અને તે આપણા બંધન અથવા મોક્ષનું કારણ છે. માટે મન દ્વારા સતત બ્રહ્મનું

ચિંતન કરવું જોઇએ.

તદ્ધ તદ્વનં નામ તદ્વનમિત્યુપાસિતવ્યં સ ય એતદેવં
વેદાભિ હૈનઁ સર્વાણિ ભૂતાનિ સંવાઞ્છન્તિ ॥૬॥

શબ્દાર્થ : તત્ - તે પરબ્રહ્મ પરમાત્મા, તદ્વનમ્ - પ્રાણીમાત્રને પ્રાપ્ત કરવા યોગ્ય હોવાથી, નામ હ - નામથી પ્રસિદ્ધ છે, ઇતિ - આ ભાવથી, ઉપાસિતવ્યમ્ - તેની ઉપાસના કરવી જોઇએ, સઃ યઃ - તે જ કોઇપણ સાધક, એતત્ - આ બ્રહ્મને, એવમ્ - આ પ્રમાણે, વેદ - જાણી લે છે, એનમ્ - તેને ખરેખર, સર્વાણિ - બધાં, ભૂતાનિ - પ્રાણીઓ, અભિ - સર્વ તરફથી, સંવાઞ્છન્તિ - હ્રદયપૂર્વક ચાહે છે.

ભાવાર્થ : પરબ્રહ્મ પરમાત્મા સૃષ્ટિનું આદિ કારણ હોવાને લીધે તથા આનંદ અને પ્રેમથી સમૃદ્ધ હોવાને લીધે દરેક જીવનને પ્રિય હોય છે. આ પરમ તત્ત્વ દરેક વ્યક્તિમાં હોય છે જ પરંતુ ઇન્દ્રિયો વિષયમાં પ્રવૃત્ત હોવાને કારણે તથા મનની ચંચળતાને કારણે અનુભૂતિ થઇ શકતી નથી માટે સામાન્ય જીવ આનંદની શોધમાં રહેતો હોય છે.

હવે જે સાધક વ્યક્તિ બ્રહ્મને જાણી જાય અને તેની વધુ નજિક જઇ અનુભૂતિ કરે તેની ઇન્દ્રિયો શાંત થઇ જાય છે, મન પણ શાંત થઇ જાય છે. તેને લીધે દરેક વ્યક્તિને તે પ્રિય લાગે છે અને શ્રેષ્ઠ બની જાય છે. માટે બ્રહ્મને શ્રેષ્ઠ સમજી તેની ઉપાસના કરવી જોઇએ.

ઉપનિષદં ભો બ્રૂહીત્યુક્તા ત ઉપનિષદ્બ્રૂહ્મીં ।
વાવ ત ઉપનિષદમન્નૂમેતિ ॥૭॥

શબ્દાર્થ : भोः - હે ગુરુદેવ !, उपनिषदम् - બ્રહ્મ સંબંધી રહસ્યમયી વિદ્યાનો, ब्रूहि - ઉપદેશ કરો, इति - આ પ્રમાણે, ते - તને, उपनिषत् - રહસ્યમયી બ્રહ્મ વિદ્યા, उक्ता - બતાવી દીધી, ते - તને, वाव - નિશ્ચયપૂર્વક જ, ब्राह्मीम् - બ્રહ્મવિષયક, अब्रूम - બતાવી ચૂક્યા છીએ, इति - આ પ્રમાણે.

ભાવાર્થ : 'હે ગુરુદેવ' ! બ્રહ્મ સંબંધી રહસ્યમયી વિદ્યાનો મને ઉપદેશ કરો. આ પ્રમાણે શિષ્યે પ્રાર્થના કરવાથી ગુરુએ તેમને કહ્યું કે અમે તમને બ્રહ્મવિદ્યા બતાવી દીધી. તમને રહસ્યમયી બ્રહ્મવિદ્યા નિશ્ચયપૂર્વક અમે બતાવી શક્યા છીએ. એ પ્રમાણે તમારે સમજવું.

तस्यै तपो दमः कर्मेति प्रतिष्ठा वेदाः सर्वाङ्गानि सत्यमायतनम् ॥८॥

શબ્દાર્થ : तस्यै - તે રહસ્યમયી બ્રહ્મ વિદ્યાના, तपः - તપ, दमः - મન અને ઇન્દ્રિયોનું નિયંત્રણ, कर्म - નિષ્કામ કર્મ, इति - આ ત્રણે, प्रतिष्ठाः - આધાર છે, वेदाः - વેદ, सर्वाअङ्गानि - તે વિદ્યાના સંપૂર્ણ અંગો છે, सत्यम् - સત્ય સ્વરૂપ પરમેશ્વર, आयतनम् - તેનું અધિષ્ઠાન પ્રાપ્તવ્ય છે.

ભાવાર્થ : તપ, દમ અને કર્મ આ બ્રહ્મવિદ્યાના પાયા છે, વેદો તેનાં સર્વ અંગો છે, સત્ય તેનું નિવાસ સ્થાન છે.

વિવેચન : બ્રહ્મને એટલે બ્રહ્મવિદ્યાને જાણવા માટે આપણે તપશ્ચર્યા, આત્મસંયમ, નિષ્કામ કર્મ અને અન્ય આધ્યાત્મિક અનુશાસનની સાધના કરવી જ પડે. આ બધાં આત્મજ્ઞાનના પાયારૂપ છે. મુંડક ઉપનિષદમાં જણાવ્યા પ્રમાણે જે વ્યક્તિ આજીવન સત્યનું આચરણ કરતો નથી તેને દેવયાન માર્ગમાં પ્રવેશ મળતો નથી. વેદનું જ્ઞાન શ્રેષ્ઠ છે.

કોઈ પણ વ્યક્તિને સત્યના આચરણ વિના પ્રભુ પ્રાપ્તિ થઈ શકતી નથી. હવે સત્ય એટલે આપણા વિચાર, વાણી, કર્મની એકસૂત્રતા અને પવિત્રતા જરૂરી છે. આ સ્થિતિ પર પહોંચવા માટે સાદું જીવન, સરળતા અને અહંકાર રહિતતા ખૂબ જ જરૂરી છે. જે વ્યક્તિ સંપૂર્ણ રીતે પ્રામાણિક હોય છે તે ક્યારેય સત્યથી વિચલિત થતી નથી અને તે જે કંઈ કહે છે તે સત્ય બની જાય છે.

યો વા એતામેવં વેદાપહત્ય પાપ્માનમનન્તે સ્વર્ગે
લોકેજ્યેયે પ્રતિતિષ્ઠતિ પ્રતિતિષ્ઠતિ ॥૯॥

શબ્દાર્થ : यः - જે કોઈ પણ, एताम् - આ પ્રસિદ્ધ બ્રહ્મ વિધાને, एवम् - ઉપર કહેલી રીતે સારી પેઠે, वेद - જાણી લે છે, पाप्मानम् - સર્વ પાપ પુંજને, अपहत्य - નષ્ટ કરીને, अनन्ते ज्येये स्वर्गे लोके - અવિનાશી અસીમ સર્વ શ્રેષ્ઠ પરમ ધામમાં, प्रतितिष्ठति - સ્થિત થઈ જાય છે, प्रतितिष्ठति - હંમેશને માટે સ્થિત થઈ જાય છે.

ભાવાર્થ : જે નિશ્ચયપૂર્વક આ ઉપનિષદને (બ્રહ્મવિધાને) આ રીતે જાણે છે તે પાપનો નાશ કરીને અનંત અને મહાન સ્વર્ગલોકમાં અવશ્ય સ્થિત થઈ જાય છે.

*****

પ્રશ્નો અને જવાબ

ખંડ-૧

પ્ર.૧ : સર્વ શ્રેષ્ઠ સત્તા કોની છે ?

જવાબ : સર્વ શ્રેષ્ઠ સત્તા પરમાત્માની છે.

પ્ર.૨ : કોની સત્તાથી ઇન્દ્રિયો કાર્ય કરે છે ?

જવાબ : વાણી, ચક્ષુ, મન, કર્ણ બધી જ ઇન્દ્રિયો પરમાત્મામાંથી શક્તિ મેળવે છે. મનનું મન, વાણીની વાણી, શ્રોત્રનું શ્રોત્ર, ચક્ષુનું ચક્ષુ પરમાત્મા છે. આ બધાં જ પરમાત્મામાંથી શક્તિ મેળવે છે. આમ બધી જ ઇન્દ્રિયો પરમાત્માની સત્તાથી કાર્ય કરે છે.

પ્ર.૩ : પ્રાણ કોની સત્તાથી કાર્ય કરે છે ?

જવાબ : પ્રાણ પાંચ પ્રકારે અર્થાત્ પ્રાણ, અપાન, સમાન, ઉદાન અને વ્યાન રૂપે શરીરમાં વ્યાપીને જુદાં જુદાં કાર્યો કરે છે. જે આત્માને અનુસરે છે અને આત્મા પરમાત્માનો અંશ છે. જેથી પ્રાણ પણ પરમાત્માની સત્તાથી કાર્ય કરે છે.

પ્ર.૪ : બ્રહ્મ કેવા છે ? ક્યાં છે ?

જવાબ : બ્રહ્મ કોઈ વ્યક્તિ કે પદાર્થ નથી. બ્રહ્મ એક ચૈતન્ય સ્વરૂપ, પ્રકાશમય દિવ્ય શક્તિ છે. બ્રહ્મ દશ્યમાન નહીં હોવાથી તેને જોઈ શકાતા નથી પરંતુ તે સંકેત અને અનુભૂતિથી જ જાણી શકાય છે. ઇન્દ્રિયો દ્વારા વ્યક્ત કરાતું બ્રહ્મનું સ્વરૂપ તે બ્રહ્મનું

વાસ્તવિક સ્વરૂપ નથી. બ્રહ્મને વિષયરૂપથી જાણી શકાતો નથી. બ્રહ્મ સર્વવ્યાપી, કણ કણમાં વ્યાપ્ત છે. બ્રહ્મ અવ્યક્ત હોવાથી તેને આપણે વ્યક્તરૂપે જાણી નથી શકતા, તેમને સંકેતથી જ જાણી શકાય છે. બ્રહ્મને જાણવા માટે બ્રહ્મજ્ઞાન જાણવું જરૂરી છે.

ખંડ–૨

પ્ર.૧ : બ્રહ્માંડને જાણવાથી બ્રહ્મને જાણી શકાય?

જવાબ : કોઈ એમ માને કે મેં બ્રહ્માંડને જાણી લીધું છે એટલે હું બ્રહ્મને જાણું છું તો તે સત્ય નથી કારણ કે બ્રહ્માંડ તો પરમાત્માના એક અંશમાંથી બનેલું છે. બ્રહ્માંડ કરતાં બ્રહ્મ અનેકગણું છે. જે દશ્યમાન નથી તેથી તેને જાણી શકાતું નથી. પરંતુ બ્રહ્મની સતત ૨૪ કલાક અનુભૂતિ થાય છે.

પ્ર.૨ : મૃત્યુ પહેલાં પરમાત્માને કેમ જાણી લેવા જોઈએ?

જવાબ : જો બ્રહ્મને આ જન્મમાં ન જાણવામાં આવે તો ફરી પાછા પશુ-પક્ષી કે વૃક્ષ યોનિમાં જવું પડે. માટે જ મૃત્યુ પહેલાં બ્રહ્મને જાણી લેવું જોઈએ. બ્રહ્મને જાણવાની શક્તિ પણ બ્રહ્મમાંથી જ મળે છે.

ખંડ-૩

પ્ર.૧ : દેવો શક્તિ ક્યાંથી મેળવે છે?

જવાબ : દેવો પરમાત્મામાંથી જ શક્તિ મેળવે છે. પરમાત્માએ દેવોને શક્તિ આપી અને દેવોએ અસુરોને માર્યા અને દેવો મિથ્યાભિમાનમાં આવી ગયા. જેથી પરમાત્માએ દેવોની પરીક્ષા કરી અને તેમનું અભિમાન ઉતાર્યું હતું.

પ્ર.૨ : યક્ષ કોણ છે?

જવાબ : યક્ષ એ જ બ્રહ્મ છે.

પ્ર.૩ : યક્ષે દેવોની પરીક્ષા કેવી રીતે કરી?

જવાબ : યક્ષે દેવોની પરીક્ષા કરવા એક તણખલું આપ્યું. પછી યક્ષ અગ્નિ દેવને કહે છે, અગ્નિ તમે આ તણખલાને બાળી બતાવો, પવન, તણખલું ઉડાડી આપો, જલ દેવને કહ્યું આ તણખલાને ડૂબાડી બતાવો. ત્યારે કોઈ દેવ કંઈ જ કરી ન શક્યા કારણ કે તેમની બધી જ શક્તિઓ પ્રભુએ હરી લીધી હતી. (પાછી લઈ લીધી હતી.)

પ્ર.૪ : દેવોને યક્ષનો (બ્રહ્મનો) પરિચય કોણ આપે છે?

જવાબ : બધા જ દેવો યક્ષને સમજી ન શક્યા જેથી બધા દેવો ભયભીત થઈ ઈન્દ્ર પાસે જાય છે અને ઈન્દ્ર હિમાલયની અત્યંત સુંદર પુત્રી ઉમાદેવીને મળીને પૂછે છે ત્યારે તે સર્વ પ્રથમ ઈન્દ્રને કહે છે

હે, ઈન્દ્ર ! આ યક્ષ એ જ બ્રહ્મ છે. આમ દેવોને બ્રહ્મનો પરિચય સર્વપ્રથમ થયો.

ખંડ-૪

પ્ર.૧ : ઈન્દ્રને શું જ્ઞાન થયું?

જવાબ : ઈન્દ્રને સર્વપ્રથમ આ યક્ષ એ જ બ્રહ્મ છે તેવું જ્ઞાન થયું.

પ્ર.૨ : બ્રહ્મનું આધિદૈવિક રૂપ કેવું હતું ?

જવાબ : બ્રહ્મ નિર્ગુણ નિરાકાર છે જેથી તેમને દેખી શકાય નહીં. બ્રહ્મ સાંકેતિક ઉપદેશથી વીજળીના જેવું, આંખના પલકારાની જેમ ઉત્પન્ન થયું તે જ બ્રહ્મનું આધિદૈવિક સ્વરૂપ હતું.

પ્ર.૩ : બ્રહ્મનું ચિંતન કેવી રીતે કરવું જોઈએ ?

જવાબ : મન દ્વારા બ્રહ્મનું સતત ચિંતન કરવું જોઈએ.

પ્ર.૪ : સૃષ્ટિનું આદિકારણ કોણ છે?

જવાબ : સૃષ્ટિનું આદિકારણ પરબ્રહ્મ પરમાત્મા (બ્રહ્મ) છે.

પ્ર.૫ : બ્રહ્મની અનુભૂતિ કેમ નથી થતી ?

જવાબ : પરમાત્મા દરેક વ્યક્તિની અંદર અને સૃષ્ટિના કણ કણમાં રહેલા છે. પરંતુ વ્યક્તિ ઈન્દ્રિયોના વિષયમાં પ્રવૃત્ત હોય છે અને મનની ચંચળતાને કારણે તેમની અનુભૂતિ નથી થતી.

પ્ર.૬ : બ્રહ્મની ઉપાસના કેમ કરવી જોઈએ ?

જવાબ : મન દ્વારા બ્રહ્મની ઉપાસના કરવાથી તેમને જાણી શકાય છે.

પછી ઈન્દ્રિયો શાંત થઈ જાય છે, પછી મન પણ શાંત થઈ જાય છે, શ્રેષ્ઠ બની જાય છે, અને બધી જ ઈન્દ્રિયો પરમાત્માને જાણવા સક્રિય બની જાય છે.

પ્ર.૭ : બ્રહ્મને જાણવા માટે કઈ રહસ્યમય વિદ્યા છે?

જવાબ : બ્રહ્મને જાણવા માટે રહસ્યમય વિદ્યા બ્રહ્મવિદ્યા છે.

પ્ર.૮ : બ્રહ્મવિદ્યા જાણવા માટે શું કરવું પડે?

જવાબ : બ્રહ્મવિદ્યા જાણવા માટે તપશ્ચર્યા, આત્મસંયમ, નિષ્કામકર્મ અને આધ્યાત્મિક જ્ઞાન મેળવવું પડે. તેમજ સાથે સાથે સત્યનું આચરણ, પવિત્રતા અને અહંકાર રહિત સરળ સંયમી જીવન જીવવું પડે.

પ્ર.૯ : બ્રહ્મવિદ્યા જાણવાથી શું લાભ થાય?

જવાબ : જે બ્રહ્મવિદ્યા જાણી લે છે તેના સર્વ પાપોનો નાશ થાય છે, અને તે અનંત અને મહાન સ્વર્ગલોકમાં સ્થિત થઈ જાય છે.

સ્થિત થઈ જાય છે.

*****

આ ઉપનિષદના વિચારોનો વ્યાવહારિક જીવનમાં ઉપયોગ

આ ઉપનિષદમાં ઋષિનો પ્રયાસ આપણી શ્રદ્ધાને કોઈ વ્યક્તિ, પરિસ્થિતિ, સંપત્તિ અથવા સત્તા પ્રત્યેથી દૂર કરીને પરમાત્મા પર સ્થિર કરાવવાનો એટલે કે નાશવંત ચીજોને બદલે શાશ્વત તત્ત્વ પર આપણી શ્રદ્ધા દૃઢ થાય તે છે.

વર્તમાન સમયમાં ઋષિની આ વિચારધારા આપણા માટે ખૂબ જ ઉપયોગી અને સુસંગત છે. તેને અપનાવીને આપણે જીવનમાં સત્ય તરફ વળીને પ્રગતિ કરી શકીએ છીએ અને પરમાત્માના સાચા સ્વરૂપને ઓળખી શકીએ.

ઉદાહરણ રૂપે :

૧. ગાંધીજીને પરમાત્મા પર અતૂટ શ્રદ્ધા હતી ત્યારે સામાન્ય વ્યક્તિઓને અંગ્રેજોની સત્તા પર શ્રદ્ધા હતી. ગાંધીજીએ પરમાત્માની જ બે શક્તિ સત્ય અને અહિંસા પર વિશ્વાસ રાખીને નિર્ણયો લીધા તો તેઓ એક મહાસત્તાને મહાત કરી શક્યા અને સાબિત કર્યું કિ અંતિમ સત્તા તો પરમાત્માની જ છે.

૨. એક સરખી સ્થિતિમાં રહેલી બે વ્યક્તિઓમાંથી એકને પરમાત્માની સત્તા પર વિશ્વાસ છે તેથી તે પ્રામાણિકતાપૂર્વક સુખ, શાન્તિપૂર્વક આનંદમાં જીવે છે. જ્યારે બીજી વ્યક્તિને સંપત્તિ પર શ્રદ્ધા છે તેથી

તે અપ્રામાણિક બની, ગમે તે માર્ગે સંપત્તિ એકત્ર કરી, ભ્રષ્ટ બનીને નિર્ણયો લે છે અને પોતાનું તથા સમાજનું અહિત કરે છે. તે સતત ભય અને અસલામતીની લટકતી તલવાર નીચે ઉદ્વિગ્ન થઈને જીવે છે, તેથી શાંતિ અને આનંદમાં જીવી શકતો નથી. ત્યારે ઈમાનદાર વ્યક્તિ નિર્ભયતાથી, સાદાઈથી શાંતિ અને આનંદમાં જીવે છે.

૩.	ઉપનિષદમાં જણાવ્યા પ્રમાણે દેવો વિજય મેળવીને પોતાની શક્તિ પર ગર્વ કરે છે ત્યારે તેઓ ભૂલી જાય છે કે તેમને શક્તિ પરમાત્મામાંથી જ મળે છે. તેમને વાસ્તવિકતાનું ભાન કરાવવા જ્યારે પરમાત્મા તેમની શક્તિ હણી લે છે ત્યારે તેઓ એક તણખલાને પણ બાળી, ઉડાડી કે ડુબાડી શકતા નથી.

દેવોને પરમાત્માએ જે સત્ય સમજાવ્યું તેને આપણે સમજીએ તો આપણે બળવાન હોવાની, નીરોગી હોવાની, સંપત્તિ અને સમૃદ્ધિ પ્રાપ્ત કરવાની કે પછી નવાં સંશોધનો કરીને સૃષ્ટિને ખુશહાલ કરવાની જે શક્તિઓ ધરાવીએ છીએ તે કેવળ પરમાત્મામાંથી જ મળે છે. તેથી તેનું અભિમાન કરવું વ્યર્થ છે અને કુદરતની સમગ્ર રચનાને કોઈ પણ રીતે નુકસાન પહોંચાડવું એ અધર્મ અને અનૈતિક છે એમ સમજાય છે.

૪.	આપણને પરમાત્મામાં સંપૂર્ણ શ્રદ્ધા હોવી જોઈએ. સાધના કરવાથી, સત્યના માર્ગે ચાલવાથી બ્રહ્મતત્ત્વની અનુભૂતિ થાય જ છે. પરંતુ એટલી અનુભૂતિથી બ્રહ્મ સાક્ષાત્કાર થઈ ગયો છે અને હું

બ્રહ્મજ્ઞાની છું એવું અભિમાન કરવું ઉચિત નથી. બ્રહ્મ તો અનંત છે, સૂક્ષ્માતિસૂક્ષ્મ અને વિરાટથીએ વિરાટ છે. તેને પૂર્ણ પણે પામવા અતિ દુષ્કર છે. એ બ્રહ્મ પર સંપૂર્ણ વિશ્વાસપૂર્વકની શ્રદ્ધા હોય તો તેની અનુભૂતિ થઈ શકે છે.

*****